நான் பேசா மொழி

(புதுப்பிக்கப்பட்ட இரண்டாம் பதிப்பு)

சி ஜெயகிறிஸ்துராயர்

நான் பேசா மொழி

Naan Pesaa Mozhi

சுய வெளியீடு

Notion Press மூலம் அச்சிட்டு வெளியிடப்பட்டது.

முதல் பதிப்பு: 2022

இரண்டாம் பதிப்பு: 2026

தொடர்புக்கு:

ஆசிரியர்	:	சி ஜெயகிறிஸ்துராயர்
மின்னஞ்சல்	:	sjayachristrayar@gmail.com
இணையதளம்	:	www.jayachristrayar.in
படவரி	:	@naankirukkan_yaathra

நிலவுகளுக்கும்
நட்சத்திரங்களுக்கும்,

மௌனங்களுக்கும்
முடிக்கப்படாத
உரையாடல்களுக்கும்,

பேசாமல்
விட்டு சென்றவர்களுக்கும்,

இன்னும்
நினைவுகளில் மட்டும்
வாழ்ந்து கொண்டிருப்பவர்களுக்கும்...

என்னுரை

சில உணர்வுகள் முழுமையாக பேசப்படுவதில்லை. பேசத் தொடங்கும் முன்பே அவை மௌனங்களாக மாறிவிடுகிறது. சில மனிதர்கள் நம் வாழ்க்கையில் நீண்ட காலம் தங்குவதில்லை. ஆனால் அவர்கள் விட்டுச்சென்ற நினைவுகள் மட்டும் நம்முள் நீண்ட நேரம் வாழ்ந்துகொண்டே இருக்கும். அந்த நினைவுகளின் நிழல்களில் இருந்து உருவான வரிகள்தான் "நான் பேசா மொழி" .

இந்த நூலில் இருக்கும் கவிதைகள் ஒரு கதையை முழுமையாக சொல்லவில்லை. எந்த உறவிற்கும் தெளிவான தொடக்கமோ முடிவோ தரவில்லை. சில தருணங்களை மட்டும் அமைதியாக பதிவு செய்கிறது. ஒரு பார்வை, ஒரு காத்திருப்பு, ஒரு தவறான புரிதல், ஒரு உடைதல், திரும்பி வராமல் போன சில மனிதர்கள், திரும்பி வருவார்கள் என்று நினைத்து காத்திருந்த சில இரவுகள் அவற்றின் இடைவெளிகளில் உருவான உணர்வுகளின் தொகுப்புதான் இந்த நூல்.

இந்த கவிதைகளில் காதல் இருக்கிறது. ஆனால் அதைவிட அதிகமாக மௌனம் இருக்கிறது. அருகில் இருந்தும் முழுமையாக சேர முடியாத மனநிலைகள் இருக்கிறது. பேசிக்கொண்டிருந்தவர்கள் திடீரென அமைதியாகி போகும் தருணங்கள் இருக்கிறது. சொல்ல நினைத்தும் சொல்ல முடியாமல் உள்ளுக்குள் தேங்கி நிற்கும் வார்த்தைகள் இருக்கிறது. அதனால் தான் இந்த நூலில் பல கவிதைகள் உரையாடல்களைப் போல தொடங்கி, மௌனங்களிலேயே முடிகிறது.

இந்த நூலில் நிலவும் நட்சத்திரங்களும் மீண்டும் மீண்டும் வந்து செல்கிறது. சில நேரங்களில் நிலவு தொலைவில் இருக்கும் ஒரு மனிதரைப் போல தோன்றுகிறது. நட்சத்திரங்கள் அந்த தொலைவை நோக்கி தொடர்ந்து பயணிக்கும் நினைவுகளைப் போல மாறுகிறது. சில இரவுகளில் அவை ஒளிர்கிறது. சில இரவுகளில் தேய்கிறது. ஆனால் அவற்றின் பயணம் மட்டும் நின்றுவிடுவதில்லை. இந்த நூலின் பெரும்பாலான கவிதைகளும் அப்படித்தான் எங்கோ சேர வேண்டுமென்று நினைத்தும், முழுமையாக சேர முடியாத உணர்வுகளின் பயணம்.

இந்த நூலில் தேநீர் குவளைகள் இருக்கிறது. இரவு நேர அலைபேசி அழைப்புகள் இருக்கிறது. அனுப்பப்படாத செய்திகள் இருக்கிறது. வெற்றிடமாகி போன இருக்கைகள் இருக்கிறது. மழை இரவுகள் இருக்கிறது. இவை அனைத்தும் வெறும் காட்சிகள் அல்ல. ஒருவரை மறக்க முடியாமல் வாழும் மனதின் அன்றாடங்கள். அந்த அன்றாடங்களுக்குள் மறைந்து கிடக்கும் உணர்வுகளை கவிதைகளாக தேற்றிக்கொள்ளும் முயற்சிதான் இந்த புத்தகம்.

சில கவிதைகள் மிகச் சிறியது. சில கவிதைகள் உடைந்து கிடக்கும் நினைவுகளைப் போல இருக்கும். சில வரிகள் முழுமையாக புரியாமல் கூட போகலாம். ஆனால் அவை அனைத்தும் சேர்ந்து ஒரே மனநிலையை உருவாக்குகிறது மறக்க முடியாமல் இருந்தும் வாழ முயலும் மனநிலை. உடைந்த பிறகும் மீண்டும் சாதாரணமாக நடக்க கற்றுக்கொள்ளும் மனநிலை. அருகில் இல்லாத ஒருவருடன் இன்னும் மனதிற்குள் உரையாடிக்கொண்டே இருக்கும் மனநிலை.

சில நேரங்களில் இந்த நூல் ஒரு காதல் புத்தகமாக தோன்றலாம். சில நேரங்களில் இது தனிமையின் பதிவாகவும் தோன்றலாம். ஆனால் உண்மையில் இது நினைவுகளோடு வாழ கற்றுக்கொள்ளும் மனதின் பயணம். மறந்து விட வேண்டும் என்று நினைத்தும் முடியாமல் போன சில உணர்வுகள், கடந்துபோய்விட்டது என்று தெரிந்தும் உள்ளுக்குள் இன்னும் நகர்ந்து கொண்டிருக்கும் சில மனிதர்கள் அவர்களின் சுவடுகளே இந்த நூலின் ஒவ்வொரு பக்கங்களிலும் அமைதியாக தங்கி இருக்கிறது.

“நான் பேசா மொழி” என்பது பதில்களைத் தேடும் புத்தகம் அல்ல. சில கேள்விகளோடு வாழ கற்றுக்கொண்ட மனதின் பதிவு. சில மனிதர்கள் நம் வாழ்க்கையில் தங்காமல் போய்விடலாம். ஆனால் அவர்கள் உருவாக்கிய வெற்றிடம் மட்டும் நீண்ட காலம் நம்முள் இருந்து கொண்டே இருக்கும். அந்த வெற்றிடத்தின் அமைதியான வடிவம்தான் இந்த நூல்.

இந்த வரிகளில் நீங்கள் யாரையாவது நினைக்கலாம். ஒருகாலத்தில் உங்களுடன் பேசிக்கொண்டிருந்த ஒருவரை. திடீரென மௌனமாகி போன ஒருவரை. அல்லது, அவர்களை நினைத்து இன்னும் மாறாமல் இருக்கும் உங்களையே.

ஏனெனில் சில நேரங்களில்,
நாம் மறக்க முடியாதது
மனிதர்களை அல்ல
அவர்களுடன் இருந்த
நம்மையே.

திடீரென
வரும்
உன் நினைவுகள் எல்லாம்,

முன்னறிவிப்பில்லாத
மழையைப் போல.

சில
உறவுகள் மட்டும்,

நம்முடன்
பேசுவதை விட,
நம்முள்
வாழ்ந்துகொண்டே
இருக்கிறது.

✱

உனக்கென
நான் எழுதிய
காதல் கடிதங்களில்
இதுவும் ஒன்று.

உனக்கென நான்
எழுதிய வரிகள் யாவும்
இதுவரை
உன் முகவரி தேடியே
அலைந்து கொண்டிருக்கிறது.

தபால் மூலம்
ஒரு கவிதை
காதல் பயின்றதாக
காதோரம் வந்த
செய்தியை கேட்டு,

ஒருதலை என்பதால்
நானும்
அஞ்சல் தலை ஒட்டாமல்
என் காதலை
அனுப்பி வருகிறேன்.

உனக்காய்
உனக்கென
எழுதிய கடிதங்களில்
உனது முகவரி இல்லாமல்
ஒருதலையாக.

❋

கற்பனையாய்
ஒரு காதல் கதை
உனக்காகவே
எழுதுகிறேன்.

இல்லாத காதல்
கவிதைகளை காதலித்ததால்
வந்ததோ தெரியவில்லை.

எனக்கென
எழுதிக்கொண்டிருந்த
என் விரல்கள்
இப்பொழுதெல்லாம்
உனக்கெனவும்
உனக்காக மட்டுமே
எழுதிக்கொண்டிருக்கிறது.

எனக்கென எழுதப்படாத
கவிதைகளில்
நீயும்
ஒரு பக்கமாக
மாறிக்கொள்கிறாய்.

உனக்காய்,
உனக்கென,
உனக்குத் தெரியாமல்,

கற்பனையாய்
ஒரு காதல் கதை
எழுதி வருகிறேன்
ஒருதலையாய்.

ஒரு
கண்ணாடி குவளை
தேநீரில்
என்னை நானே
மூழ்கடிக்கும்
முயற்சிகள் அனைத்தும்
தோல்வி அடைந்தது.

முழுவதும்
மொழிபெயர்க்கப்பட்ட
அவள் முகபாவனையில்,
ஓர் பெண்
தேநீர் கடை வீதியில்
எனைக் கடந்துச் சென்றபோது,
நான் செய்த
அத்தனை முயற்சிகளும்
தோல்வி அடைந்தது.

தேநீர் நிரம்பிய
குவளையை
இரு கரங்களில்
இறுக அணைத்து,
கொட்டும் மழையில்
குடை பிடித்தும் நனைந்து
செல்லும் அவள்
நினைவுகளை மறக்க,
நான் செய்த
அத்தனை முயற்சிகளும்
தோல்வி அடைந்தது.

உயிரை கையில்
பிடித்துக்கொண்டு,
“இன்றே கடைசி”
என நான் எடுத்த
அத்தனை முயற்சிகளும்
தோல்வி அடைந்தது.

ஒரு குவளை தேநீரில்
என்னை நானே
மூழ்கடிக்கும்
அத்தனை முயற்சிகளும்
தோல்வியையே அடைந்தது.

✱

பிம்பங்கள் அற்ற
பெருநகர வீதிகளில்,
நடைப்பிணங்களாய்
இருவரும்
வெவ்வேறு திசைகளில்.

✱

அவளும் நானும்
அந்தி வானமாய்.
ஆகாயத் தாமரையாய்.
நிலவும் நட்சத்திரமுமாய்,
இரவும் பகலுமாய்,
மலரும் முள்ளுமாய்,
சில நேரங்களில்
முரண்களாய்.

முரண்கள் அழகுதான்.
ஏனோ,
"அவள் அதிகாரத்தில்" மட்டும்
அச்சங்கள்
அதிகரிக்கிறது.

எந்தன் நிலவொளி
கனவுகளில்,
நீயும்
ஒரு நட்சத்திரமாய்.
நீங்கா நினைவுகளில்,
நீயும்
ஓர் அங்கமாய்.

நிதம் ஓர் நட்சத்திரம்,
நீ சொல்லும் கதைகளில்
நிலவை நோக்கி
பயணிப்பதாய்
நினைவுகளில் கோர்க்கிறேன்.

நட்சத்திரமாய் தோன்றி,
நிலாவாய்
பரிணாமம் அடைந்துவிட்டாய்.

உந்தன் நிலவொளியில்,
நட்சத்திரம் எண்ணியபடி
நானும்
நகர்ந்து கொண்டிருக்கிறேன்.
பல நேரங்களில்
வளர்பிறையாகவும்,
சில நேரங்களில்
தேய்பிறையாகவும்.

நான் கோர்க்கும்
நட்சத்திரங்களுக்கு,
நிலவொளியாய்
நிதம்
உடன் பயணிக்கிறாய்.

நான் பேசா மொழிகளில்
நீயும்
ஓர் அத்தியாயம்.
ஏனோ,
சில நேரங்களில்
நான் பேசா மொழிகளெல்லாம்
உன் அகத்திற்கு
அந்திவானமாய்.

அந்திவானம் அழகானது
அதன் ஆத்மார்த்தமான
அன்பை அறிந்திடும் போது.

அதுவரை நான்,
நிலவொளியில்
நட்சத்திரம் எண்ணியபடி,
என் உலகம் யாதென
தேடியபடி...

உந்தன் விரல் பிடித்து
நடந்ததாக
நினைவில் இல்லை.
எந்த நிகழ்வுகளும் இல்லை.

இருப்பினும்,
உந்தன் அடிச்சுவட்டிலே
பயணிக்கிறேன்.

பல நேரங்களில்
நீ சொல்லும்
கண்மூடித்தனமான
கதைகளையும்
நம்பிவிடுகிறேன்.

ஏனெனில்,
சொல்வது
நீயல்லவா.

என்
அந்தி வானம்

யோசிக்கும்
வார்த்தைகளெல்லாம்
இதுவரை
என் அகத்திற்கு
அகப்பட மறுப்பதே

இதில்
ஆச்சரியம்.

எந்தன்
அந்தி வானம்
அடிக்கடி
உணர்த்திச் செல்லும்
ஆகச்சிறந்த அறிவுரை

இனி,
அதிகம் யாரையும்
நேசித்திடாதே.

அமைதியாய்
கடந்து செல்வதே

ஆகச்சிறந்த
நேசத்தின் வெளிப்பாடு என
அவ்வப்போது
நினைவூட்டுகிறது
அந்தி வானம்.

வழியைத் தொலைத்து,
நட்சத்திரங்களின்
விழிகளை நனைக்கும்
தொடுதிரை
நினைவுகள்
ஆயிரம்.

விழித்திரையில்
உனைக் காண
ஏனோ நிதமும்
தொடுதிரை நகர்த்தியபடி
நானும்.

நீங்கா நினைவுகளை
மனதில் சுமந்தபடி,
நித்தமும் நிலவொளியில்
நட்சத்திரம் எண்ணியபடி.

நட்சத்திரக் கூட்டங்கள் தேடி
நீயும்.
அதற்கு
நிலவொளியாய்,
வழித்துணையாய்
நானும்.
இரு வேறு துருவங்களில்
பயணிக்கிறோம்.

உன்னில் தொடங்கி
என்னில் முடியும்
வழியைத் தொலைத்த
நட்சத்திரங்களின்
விழிகளை நனைக்கும்
தொடுதிரை நினைவுகள்
ஆயிரம்.

தொடுதிரையே
பெரும் ஆறுதலாக,
உந்தன் ஸ்பரிசத்தை
எனக்குக் கற்பிக்கிறது.

என்னில் வாழும்
இரகசிய புற்றுநோயாக
உந்தன் நினைவுகளும்,
எந்தன் ஏக்கங்களும்.

தொற்றுநோயாய் தொடங்கி,
புற்றுநோயாய்
உருமாறிக்கொண்டிருக்கிறேன்.
விரைவில்
குணமளிக்க
வருவாய்
என நம்புகிறேன்.

✱

உன் விரல் பார்த்தே
என் வானம் யாதென
கண்டறிந்தேன்.

நீ காணா
வானத்தை
நான் காண,
விரல் தூக்கி
வழி அமைத்தாய்.

உன்னில் தொடங்கி
என்னில் முடியவேண்டிய
கவிதைகள்
ஏராளம் உண்டு.
அவை யாவும்
வார்த்தைகள் இன்றியே
பயணிக்கிறது.

உந்தன் அடிச்சுவட்டிலே
பயணிக்கிறேன்.
பாதங்கள் வெவ்வேறு ஆனாலும்,
பாதை ஏனோ
ஒன்றுதான்.

உனக்கென ஒரு வானம்.
உனக்கென ஒரு நிலவு.
அந்த நிலவொளியிலே
எந்தன் நட்சத்திரங்களை
தேடிக்கொண்டிருக்கிறேன்.

மாற்றவோ,
மாறவோ
விருப்பம் இல்லை எனினும்,

உந்தன் வானத்தில்
நானும்
ஒரு நட்சத்திரமாய்
சில நேரங்களில்
வந்து செல்கின்றேன்.

எது எப்படியோ
எந்தன் நினைவில் இருப்பது,
நான்
உன்னில்
பாதியென்பதே.

நித்தமும் ஒளிரும்
நிலவாய்,

நினைவாக,
கனவாக
நீ இருப்பாய்.
என்றும்
கையிருப்பில்
கலங்கரை விளக்காய்.

உணர்வாக,
மருந்தாக
உடன் பயணிக்கிறாய்.

வினாக்கள் பலவற்றிற்கு
விரல் அசைவிலேயே
நீ
விடையாகிறாய்.

எந்தன் பிழைகளின்
திருத்தங்கள் நீ.
புத்தகமாக நீயும்,
அதிலுள்ள சில
பகுதிகளின்
மொழிபெயர்ப்புகளாய்
நானும்.

✱

உந்தன்
மொழிபெயர்ப்பில்,
எந்தன் வினாக்கள்
யாவும்
விடைகளாகிறது.

வினாக்களாய்
தொடங்கியவை
இதுவரை
விடைகளாகவே
தொடர்கிறது.

வரையறை கடந்த
விடைகள் பலவும்,
சில நேரங்களில்
உந்தன்
வினாக்கள் மூலம்
விழிகளை நனைக்கிறது.

அந்த தருணங்களில்,
வினாக்களாய் நீயும்
அதற்கு
விடைகள் அறியா
நானும்.

இதுவரை,
நான் பேசா மொழிகளின்
மொழிபெயர்ப்பாய்
நீயும்
பயணிக்கிறாய்.

பயணங்கள்
முடிவதில்லை.

✱

அந்த மூன்று நாட்கள் மட்டும்
மதி முகம் வெளுத்து,
தேய்பிறையாய் நீயும்,
உனைத் தேற்றும்
பிறையாய் நானும்.

உதிரத்தோடு
உணர்வையும் மறைத்து,
"நான் உன்னில் பாதி"
என
உன்மொழியில் கூறும்
அந்த மூன்று நாட்கள்.

நெருப்புக் கடலாய்
சில நேரம்,
பனி சூழ் தேசமாக
பல நேரம்.

கட்டியணைத்து
இளைப்பாற்ற நினைக்கும்
காதோர முத்தத்தில்,
கவலைகள் போக்க
துடிக்கும்
அந்த மூன்று நாட்கள்.

கொஞ்சும் மொழிகளை
நான்
உன்னிடத்திலிருந்து
கேட்டதுமில்லை,
கவனித்ததுமில்லை
அந்த மூன்று நாட்கள் தவிர.

"தீட்டு"
என உலகம் சொன்னாலும்,
நீ
என் தீட்சையாகத்தான்
அந்த மூன்று நாட்களும்.

செல்லா காகிதத்தின்
சொல்லாத அன்பு
நீதானே.

திரும்பத் திரும்ப
கோபப்படுத்தினாலும்,
என் மீதான கோபம் மட்டும்
உன்னிடம்
நீடிப்பதே இல்லையே.

“அது
உன் விருப்பம்”
என்ற
ஒரே வார்த்தையிலே
அடங்கிவிடுகிறது
உன் அத்தனை கோபங்களும்.

எந்தன் பிழைகளின்
திருத்தங்களாய் நீயும்,
சிறு பிதற்றலாய்
நானும்.

செல்லா காகிதத்தில்
எழுதப்பட்ட
பிறர் சொல்லாத
வார்த்தைகளும்
நீதானே.

மொட்டவிழ்
பசுந்தாமரை,

கதிரவன் உதிக்கும்
திசை நோக்கி
முகம் திருப்பி,
பொலிவிழந்து
வாடிப் போவதேனோ.

பச்சை நிறமாய்
பார்வை திருப்பி,
பாவை நீயும்
மறைத்துச் செல்கிறாயோ.

விழிகளில்
நான் தெரிய,
வினாக்கள் எழுப்பி
விடை பெறுகிறாயோ.

என்றோ
ஏதோ ஒரு தருணத்தில்
அறிமுகமானவற்றுடன்
இன்றும்
பயணிக்கிறது
எந்தன் நினைவுகள்.

மறக்க நினைத்தாலும்,
மறுக்க முடியாத அளவுக்கு
ஆழமாக
வேரூன்றிவிட்டது போலும்
உந்தன் நினைவுகள்.

திரும்பத் திரும்ப
கோபப்படுத்தினாலும்,
உன் மீதான கோபம்
"உன் மேல் கோபமாய்
இருக்கிறேன்"
என்று சொல்லும்
வரை மட்டுமே
நீடிக்கிறது.

✱

மகளாக,
மனமாக,
நான் பேசா மொழிகளெல்லாம்
நீயாக.

உணர்வாக,
உயிராக,
உதடசைவில்
எனதாக.

இரவாக,
பகலாக,
வழித்துணையாய்
நீயாக.

கடலாக,
அலையாக,
கரம் கோர்க்கும்
விரலாக.

வினாவாக,
விடையாக,
விழித்திரையில்
படமாக.

மழையாய்,
குடையாய்,
மங்கை ஏனோ
பிறந்தாய்.

மனக்குகை மின்சாரம்
ஏனோ
துண்டித்தாய்.

நான் விரும்பிய
பக்கங்களில்,
நீ எழுதிய
வரிகள் எல்லாம்
நட்சத்திரங்கள்.

நான்
பேசா மொழிகளெல்லாம்
நீயாகிட வேண்டும்.

புரிந்துகொள்ள
யாருமில்லா
மௌனங்களாய்
அவை நீளாமல்.

✱

அலைகள் பேசும்
மொழியில்
எழுதப்பட்ட
காகிதம்
அவள்.

இணையாய்
இரு விரல் கோர்க்க,
இறைவி நீயும்
இடம் தாராயோ.

உனதானேன்,
உறவானேன்.
உனக்கென
தனதாகிறேன்.
உரமாகிறேன்
உயிர் கொள்ள
வா.

நெருக்கம்
அதிகமானபோது,
பெயர் சொல்லி
அழைப்பதற்குப் பதில்,

மௌனங்களே
ஒருவரை ஒருவர்
அடையாளம்
கண்டுகொள்கிறது.

அழுது அழுது
வீங்கிப் போய்,
அழ
திராணியற்று
வறண்டுபோன
கண்ணீரில்,

ஆனந்தமாய்
அழுது தீர்க்க,
ஒரு துளி
கண்ணீராவது
மிச்சம் வைத்து செல்.

அதிகம் பேசா அழகு
அரைமனதுடன்
அறை விட்டு செல்கிறது,
ஆலியில்
ஆறுதல் தேடி.

திரும்பிப் பார்க்காமல்,
தீராத
நினைவொன்றை
விட்டுச்சென்று.

ஆச்சரியமாய்
கேள்விப்படும்
புயல்கள் எல்லாம்,

அசாதாரணமாய்
வந்து செல்கிறது
இப்போது.

✱

வெற்று காகிதமாகிறேன்,
விடை தெரியாத
வினாக்கள் பலவற்றை
அவள் விழிகளில்
தொடுத்ததால்.

✱

எழுதுவதெல்லாம்
உன்னைப் பற்றி மட்டுமே
என்பதை அறிந்தும்,

“என்னைப் பற்றியும்
கொஞ்சம்
எழுது”
என்கிறாயே.

எப்படி எழுதுவேன்
என்னில் மீதமிருப்பதும்
நீ விட்டு சென்ற
நினைவுகள்தானே.

✱

வாய்மொழியில் கூறா
வார்த்தைகள் எல்லாம்
உனக்கென
தட்டச்சு செய்வதிலேயே
முடிகிறது.

அனுப்பத் துணியாமல்
அழித்துவிடும்
ஒவ்வொரு வரியிலும்
நீயே
நீள்கிறாய்.

முன்போல் நீ
எழுதுவதில்லை
என்கிறாய்.
எப்படி
புரியவைப்பேன்

கவிதையே
உடன் இருக்க,
நான்
எங்கு போவேன்.

✱

நீ கோபித்து செல்லும்
இரவெல்லாம்,

நித்தமும் கரைகிறது
நிலவொளியில்
நட்சத்திரம் எண்ணியபடி.

உறங்கிடா வண்ணம்
உடைத்து செல்கிறாய்.

நானும்
உடைந்தழவே
உதிரம் சேர்க்கிறேன்.

தலையணை முழுவதும்
தெரியாத
ரணங்களின்
வாசனை.

உடைத்தே பழகிவிட்டாய்.
நானும்
உடைந்தே பழகிவிட்டேன்.

என்னவென்று சொல்வது
உடைப்பது நீயென்றால்,
என்னால் வேறென்ன
செய்ய முடியும்?

உடைந்து சிதறிய
துண்டுகளையெல்லாம்
ஒன்று சேர்த்து
மீண்டும்
உன்னிடமே வருகிறேன்.

உடைந்த
சிதறிய துண்டுகளிலே
என்னை நானே
தேடிச் சென்று
மீண்டும்
ஒன்று சேர்க்கிறேன்.

உனக்காக
வைத்திருக்கும்
ஒன்றிரண்டு துண்டுகள்
இன்னும்
முழுவதுமாக
உடையாமல் இருக்கிறது.

அதையும்
முழுவதுமாக
உடைத்துவிடு.

மீண்டும் ஒரு முறை,
அவற்றை நான்
ஒன்று சேர்க்காதவாறு
முழுவதுமாக
உடைத்துவிடு.

உன்
கோபங்கள்
அனைத்தையும்

நட்சத்திரங்களாகத்தான்
நானும்
மாற்றப் பார்க்கிறேன்.

நான் என்ன செய்ய
சில நேரங்களில்
நிலவாகவே
பரிணமித்துவிடுகிறது.

✱

என்னையறியாமல்
ஏதோ ஒன்று
உனைக் காயப்படுத்திவிடுகிறது.

தவிர்க்க முடியாத உன்னை
தவிர்த்துவிடுவேனா
என்ற பயத்தில்...

நான் அதிகம்
பேசுவதால்தானோ
என்னவோ,
நீயும்
அதிகம் காயப்படுகிறாய்.

எந்தன் சந்தோஷம்
உந்தன் சங்கடமாக
ஆகாமல் இருந்தால்,
அதுவே
எந்தன் மகிழ்ச்சி.

என்ன செய்வேன்
சந்தோஷத்தின் முடிவு
சங்கடமாகவே முடிகிறது.

மாற்றத்தைத் தேடி
பயணம் செய்ய
ஆயத்தமாகிறேன்.

வழித்துணையாய்
உன் நினைவுகளை
அழைத்துக்கொண்டு...

ஏதேதோ
நினைவுகளையும்,
அதற்கான
நியாயங்களையும்
சுமந்தபடி,

அனைவரும்
இமை மூடும் தருணத்தில்,
விழி திறந்து,
வழி தோறும்
ரணங்களை
வார்த்தைகளாக்கும்
முயற்சியில்...

இரவின்
நிசப்தங்களோடு
நானும்
மெல்ல
கரைந்துகொண்டிருக்கிறேன்

முடிவில்லா
வரிகளுக்குள்.

பெண்ணின்
ஸ்பரிசம் இல்லாதவனின்
காதல் கதை
தலையணை மட்டும்
அறிந்த
ரகசியம்.

முழுவதும்
கற்பனைகளால்
நிரம்பியது.

எனக்காய்,
என்னில்,
என்னுடன்
பயணிக்கும்

நான் அறியா
பிம்பத்திலிருந்து,
நான்
ரசித்துக்கொண்டிருக்கும்
உருவம்.

✱

என் தனிமைக்கும்
ஒரு மொழி
இருப்பதை
அறிந்துகொண்டேன்

நான் அறியா
மனக் குகையில் இருந்து,
நான் விரும்பும்
பெண்
என் மௌனங்களுக்குள்
மெல்ல
சத்தமிடும் போது.

சிரம் தாழ்த்திய
சிலந்திகளின் நடுவில்,

குவிந்துகிடக்கும்
சிதிலமடைந்த
காகிதங்களில்

இன்னும்
உயிர் வாழ்பவள்
அவள்.

இருவரும் விரும்பி
இன்னும்
ஒருதலையாய்
திரியும் காதல்

மௌனங்களின்
நடுவில்
வழி தவறியபடி.

நான் சொல்லா
கதைகளிலிருந்து,

அவள் கோர்த்த
வார்த்தைகளெல்லாம்
காதல்.

உனக்கென
நான் எழுதிய
கடிதங்கள் எல்லாம்,

முகவரி தெரிந்தும்
ஏனோ
முகம் மறைத்தே
வாழ்கிறது
ஒருதலையாய்.

எனக்கென
என்னிலிருந்து
என்னுடன் பயணிக்கும்
எதார்த்த கோர்வை

நான் மறைத்த
உணர்வுகளின்
உருவம்.

உடைக்க
நீயும்,

உடைய
நானும்.

உடைவாளாய்,
உறுதுணையாய்

ஊமையான
தருணங்களில்,

உன்னிலே
உன்னோடு...

நிலவொளி
பிடித்திருக்கும்
இரவுகளில் மட்டும்,

உன் நினைவுகள்
அதிகமாக
ஒளிர்கிறது.

விடைகள் கூறி
நானும்,

வினாக்கள் தேடி
நீயும்

முடிவில்லாமல்.

✱

தவமாய்
நான் பெற்றதெல்லாம்,

தவறாமல்
தவறாகவே
செல்கிறது.

✱

உயிரை
கையில் பிடித்துக்கொண்டு,

நிதமும்
வாழ்ந்து பார்க்கிறோம்

“இன்றே
கடைசி நாள்”
என்றபடி.

பித்தனாக்கி
போகிறாய்.
சில காலம்
காத்திரு

உன் நினைவுகளை
ஒன்றொன்றாக
என்னிலிருந்து
பிரித்தெடுத்து,

சித்தனாகி
வருகிறேன்.
இல்லையெனில்,
உன் பெயரையே
மந்திரமென
உச்சரித்தபடி,

பித்தனாகவே
அலைகிறேன்.

✱

உனக்கான
சந்தோஷத்தின்
சிறு பகுதியாகவும்,

எனக்கான
மகிழ்ச்சியின்
பெருவெளியாகவும்

நீ.

உனக்கென இருந்த இடம்
இப்போதும்
வெற்றிடமாகத்தான்
இருக்கிறது.

ஒருகாலத்தில்
உன் பெயரை
சுமந்த சுவர்கள் கூட
இப்போது
மௌனமாகி விட்டன.

உந்தன்
புறக்கணிப்பின்
காரணங்கள் மட்டும்
இன்றுவரை
புரியவில்லை.

கலைந்திடவா,
கரைந்திடவா
கரம் நீக்கி
போகிறாய்.

நான் மட்டும்
இன்னும்,
உன் வருகைக்காக
கதவு திறந்தபடி.

நான்
வேறு யாரையோ
விரும்புவதாக,

காதோரம் வந்த
செய்தியை
நம்பிய நீயும்.

நான் விரும்பிய
உருவம்
நீதான் என்றும்,
உன்னை விட
யாரையும்
அதிகம்
நேசித்ததில்லை என்று

சொல்ல இயலா
நானும்.
சூழ்நிலைக்கு ஏதுவான
சுமைகளை
சொற்களில் இறக்கி,

சிரம் தாழ்த்தி
திசைமாறி
பயணிக்கிறோம்.

திரும்பிப் பார்க்காமல்
நடந்தாலும்,
நிழல்களில் மட்டும்
இன்னும்
ஒருவரை ஒருவர்
சுமந்தபடி.

✱

புறக்கணித்து
போகிறாய்.

போய் வா.

புறம் கூறும்
கதைகளைக் கேட்டு,
புறக்கணித்து
போகிறாய்.

அகத்தின்
நிலைப்பாடு
அறிந்த நீயும்
அவ்வாறு செய்தால்,
நான்
என்ன கூற முடியும்.

போய் வா

நம்பிக்கையின்
கடைசி
துளியையும்
எடுத்துக்கொண்டு

✱

போகத்தான் வேண்டுமா?

பொலிவிழந்து நிற்கும்
என் மனம் வருத்தி
போகத்தான் வேண்டுமா?

காணாத குயில் ஒன்று
கானங்கள் பல பாட,
தேடி அதைக் கேட்க
போகத்தான் வேண்டுமா?

"போய் வருகிறேன்"
என்று சொல்லி,
என்னை
பித்தனாக்கி
போகத்தான் வேண்டுமா?

என்னிடம் பேச
உன்னிடம்
ஏதும் இல்லை போலும்.

கவலைகளும்,
காயங்களும்
தவிர.

உனக்கும்
எனக்குமான
உறவு கூட
அவ்வளவுதான்
போலும்.

அழ
திராணியற்று,
அழுகை வராமல்,
அழுது அழுது
தேய்ந்து போய்,

தேற்றுவதற்கு
யாருமில்லா
தருணங்களில் கூட,

என்னிடம் பேச
காரணங்கள் தேவை என
நீ யோசிப்பதை
புரிந்துகொள்ள முடியாமல்
நானும்

மௌனங்களையே
பதிலாக
சுமந்தபடி.

✱

போய் வா ராசாத்தி.

என் உலகம்
வேடிக்கை பார்ப்பது போலவே
இருந்துவிடட்டும்.

நானும்
வேடிக்கை பார்ப்பவனாகவே
இருந்துவிடுகிறேன்.

உன்னை மட்டும்
பார்த்துக்கொண்டிருப்பவனாகவே
இருந்துவிடுகிறேன்.

உனது விருப்பங்கள்
அதுவாகவே இருந்தால்,
இப்படியே
இருந்துகொள்கிறேன்.

உந்தன் அழைப்பிற்காய்
காத்திருந்து
காத்திருந்து,

அமைதியாகிப் போன
எந்தன்
அலைபேசியும் கூட,

நீ விட்டுச்சென்ற
கடைசி
உரையாடலை
மீண்டும் மீண்டும்
ஒலிக்கச் செய்கிறது.

இரவெல்லாம்
அழைப்பு வராத
திரையைப் பார்த்தபடி,

உன் பெயரையே
ஒளிரவைத்து
உயிர் வாழ்கிறது
எந்தன் தனிமை.

இனி,
உடன் கொண்டு செல்
இல்லையெனில்
உடனே
கொன்று செல்.

உனக்காக
காத்திருந்த
இரவுகளில்,

நிலவு மட்டும்
நேரத்திற்கு
வந்துவிடுகிறது.

நீயோ
நினைவாகவே.

உனக்கும்
எனக்குமான
பந்தம்
இன்னும்
நூலிழையாய்
தொடர்ந்துகொண்டுதான்
இருக்கிறது.

"நாளை
வரன் பார்க்க
செல்கிறேன்.
வாழ்த்துக்கள் கூறு"
என்கிறாய்.

வாயடைத்து
போகிறேன்.
வாய் திறந்து
பேச இயலாமல்.

"உடன் கூட்டிச் செல்"
என்றவள்,
இன்று
வரனுக்காக
வாழ்த்துக்கள் கூறு
என்கிறாள்.

வாழ்த்திட முடியாது
என தெரிந்தும்,
வாழ்த்துக்கள் கூறு என
அடம்பிடிக்கிறாய்.

மௌனம்
சம்மதத்தின்
அறிகுறிதான்.

ஆனால்,
சில நேரங்களில்
மௌனங்கள்
மடைகளாகவும்
இருக்கிறது.

"வருத்தங்கள் வேண்டாம்,
வரன்கள் யாருமில்லை.
வாய் திறந்திடலாமே"
என கூறி
போகிறாய்
வழக்கம் போல.

பல தினங்கள் கழித்து
மீண்டும்
அந்த அழைப்பு.

ஏதோ
பல வருடங்கள் கழித்து
மீண்டும்
உயிர்த்தெழுந்தது போல்.

பேசும் தொனியில் மட்டும்
சிறிது மாற்றம்.

பேசிய வார்த்தைகள்
ஒன்றுதான்
பேசிய விதங்கள் மட்டும்
வேறு.

பதட்டத்தில்
அழைக்கப்படும்
அலைபேசி அழைப்பில்,

இன்னும்
நானாகத்தான்
இருக்கிறேன்
என்பதில்
சிறிது மகிழ்ச்சி.
அவ்வளவுதான்.

முட்டாளாய்
நடிக்க
கற்றுக்கொண்டதிலிருந்து,

நான்
கற்றுக்கொண்ட
பாடம்

முட்டாளாய்
வாழ்வது
எளிது.

நிதம்
ஒரு கனவு வார்க்கிறேன்.

தமக்கானவர்கள்
யாருமில்லை
என்று தெரிந்தபோதும்,

தன்னைத்தானே
தேற்றிக்கொண்டு
வளரும்
நிலவைப்போல்.

*

வாழ்ந்திட
முயல்கிறேன்.
நீயோ,
வளைத்து
போகிறாய்.

இல்லையெனில்,
உடைத்து
போகிறாய்.

தோன்றி மறையும்
நட்சத்திரங்களை கண்டு,
தொலைந்து போய்,

ஒளிரும்
நிலவின் ஓரத்தில்
தலைசாய்க்கும் வேளையில்,
பிறையில்
தேய்ந்து,

மீண்டும்
பித்தனாக்கி
போகிறாய்.

✻

உனக்கானவர்களின்
பேருந்தில்,

ஏனோ
எனக்கான
இருக்கை மட்டும்
கடைசி வரிசையில்.

முன் இருக்கையில்
நீ
உந்தன் கனவுகளுடன்.
பின்னிருக்கையில்
நான்
எந்தன் ரணங்களுடன்.

ஒரே பாதையில்
பயணித்தும்,
நாம் மட்டும்
வெவ்வேறு
திசைகளாய்.

இனி,
இந்த பயணத்தில்
இறங்கிச் செல்லவா
இல்லையெனில்
உதறிச் செல்லவா.

பேசாமல்
கடந்து செல்லும்
உன் கண்களில் கூட,

எனக்கான
சிறு
தயக்கம்
இருப்பதை

நான் மட்டும்
கவனிக்கிறேன்.

தமக்கானவர்கள்
தன்னுடன் வந்தவர்களை
கண்ணெதிரே
அணைக்கும் பொழுது,

அந்த கரங்கள்
மீண்டும்
எனை நோக்கி
நீளாதோ
என்ற மனக்கலக்கம்,

அந்த நொடியில்
வந்து
போகிறது.

பார்த்தவுடன்
நீள்ந்த கரங்கள் கூட
இப்போதெல்லாம்
பார்க்காமல்
கடந்து செல்கிறது.

இதில்,
கரங்கள்
எங்கே
நீள்வது.

✱

சொல்லாத
சொற்களுக்கும்,
எழுதாத
எழுத்துகளுக்கும்

இடையேயான
நினைவலைகளுடன்
நீள்கிறது
எந்தன் இரவு.

✱

தீரா காரணங்கள்.
ஆறா காயங்கள்.

தேடாத விழி,
கூடாத பாதை.
ஆறுதல் தேடும்
இரவு.
அழத் துடிக்கும்
மனம்.
தாங்கிடும்
திடம்.
தினம் ஒரு
கதை.
திகட்டாத
செவி.

மௌனம் பேசும்
மொழிகளுக்கு,
மறு அர்த்தம்
தாராயோ.

நீளாத
கரங்களும்
நீளுமோ,

நீங்காத
நிலவொளியை தேடி,
நினைவலைகளுடன்
நட்சத்திரம் எண்ணும்
பயணத்தில்.

காரணமே இல்லாமல்
இப்போதெல்லாம்
மன்னிப்பு கேட்க
விரும்புகிறேன்.

காரணங்கள்
ஆயிரம்.

திடீரென
தோன்றும்
கேள்விகளுக்கெல்லாம்,
தீராத விடை
இடைவெளிதானே.

புதுப்புது
அர்த்தங்களோடு,
விடையில்லாமல்
விழி வழி
கேட்கும்
வினாக்களும்,

குரல் தேயும்
பதில்களும்
குடவரை
சித்திரங்கள்
தானே.

ஆகச்சிறந்த
நேசத்தின்
அளவுகோல்
அவ்வளவுதான்
போலும்.

அதீத நேசம்
அத்தனையும்
நகைத்து
செல்கிறது.
இல்லையெனில்,
நடித்து
செல்கிறது.

பெருநகர
வீதிகளின்
நிழல்களில்,
அகம் தொலைந்த
நிலவாய்,

நிலையற்ற
இரவாய்,
கரை தேடாத
நதியாய்,
ஆரல்வாய்
காற்றாய்,

அவ்வப்போது
வந்து
போகிறாய்.
காரிருள்
பிம்பங்களின்
மத்தியில்,

கனலாய்
எரியும்
சூரியனாய்
கரம் நீட்டி
போகிறாய்

நட்சத்திரம்
தேடி.

✱

ஆதியில்
வார்த்த
காஃபிக்கும்
தேநீருக்குமான
பந்தத்தில்
பயணித்து,
கொஞ்சம்
கலைந்திருக்கிற
நட்சத்திரத்திற்கு,

நிலவின்
ஒற்றை
கீற்றொளியே
போதுமானதாக
இருக்கிறது.
நிலவை நோக்கி,
நட்சத்திரம்
மேலும்
பயணிக்க.

ஒற்றை நிலவின்
கீற்றொளிக்காக,

நட்சத்திரங்கள்
தன்னைத்தானே
தேற்றிக்கொள்கிறது.

நிலவொளி
மங்கிப்போக,
நட்சத்திரங்கள் யாவும்
தன்னிலை மாற்றி,

தன் பாதைகளை கூட
மறைத்தபடி
பயணிக்கிறது.

சில நேரங்களில்,
ஒளிர்வதை விட
தொலைந்து போவது
எளிது.

தனக்கானது
என்ற நிலையை
கடந்தபின்,
தனக்கானதை
தேடுகையில்,

எஞ்சியவை

எந்தன் நிலவை நோக்கி
நான்
வழித்துணையாய்
அழைத்துச் சென்ற
நட்சத்திர
சுவடுகளும்,
என்றும்
திரும்பி வராத
நினைவுகளும்.

மௌனமாய்
கடந்து செல்வதே
பாசப் பிணைப்பின்
கடைசி பாதை.

யாத்திரைகள் தோறும்,
மாத்திரையாய்
பாரம் நீக்கி
உடன் பயணித்தவர்கள் யாவரும்,

பாரம் சுமக்க
மனமில்லாமல்,
யாத்திரையை
முடித்துக்கொள்ள

மௌனங்களுடன்
தலைசாய்த்து
செல்கின்றேன்.

மௌனமாய்
கடந்து செல்வதே
சிறந்தது என.

நீ
திரும்பி வருவாய்
என்ற நம்பிக்கையை விட,

நீ வந்திருந்தாய்
என்ற நினைவுதான்
இன்னும்
உயிரோடு இருக்கிறது.

எந்தன்
மௌனங்களெல்லாம்,
ஒருநாள்
உன் கதவுகளை
தட்டும் என்ற
பயத்தில்,

இரவு முழுவதும்
விழித்திருக்கிறேன்.

✱

பேசிக்கொண்டிருந்த
உறவுகள் கூட,

ஒருநாள்
"பார்த்துக்கொள்"
என்ற ஒரு வார்த்தையில்
முடிந்துவிடுகிறது.

இயலாமையின்
பின்னே,
இறக்கை விரித்து,
மௌனங்களை
தைத்துக்கொண்டு,
மனம் கூடா
பயணத்தில்,
நிலவை நோக்கிய
நட்சத்திரமாய்
நானும்

ஒளிர்வதை விட,
உதிர்தல்
நலம்.

கண்கள் மறைக்க,
நீ விட்டு சென்ற
மூடுபனி
பாதையின்
தொடர் பயணியாய்,
பின்னோக்கி
பயணிக்கிறேன்.

உடன் பயணித்தவர்களின்
வெற்றிருக்கையை
அணைத்தபடி.

இப்போதெல்லாம்,
எதற்காகவும்
எதையும்
மறுத்துப் பேசுவதில்லை.

மறுப்புகளிலும்
விருப்பம் இல்லை.
பிரியங்களின்
எண்ணங்களுக்கு,

தலைசாய்த்தே
பயணிக்க
விரும்புகிறேன்.

பிரிவுகள்
எப்போதும்
சத்தமாக வருவதில்லை.

சில
பிரிவுகள் மட்டும்,

போகிறவர்களை விட
காத்திருப்பவர்களையே
அதிகம்
உடைக்கிறது.

www.ingramcontent.com/pod-product-compliance
Lightning Source LLC
LaVergne TN
LVHW100333210926
848480LV00003B/1322